The Vampire's Bride

Dianne Laurice M. Rodis

Ukiyoto Publishing

All global publishing rights are held by

Ukiyoto Publishing

Published in 2022

Content Copyright © Dianne Laurice M. Rodis

ISBN 9789367950302

All rights reserved.
No part of this publication may be reproduced, transmitted, or stored in a retrieval system, in any form by any means, electronic, mechanical, photocopying, recording or otherwise, without the prior permission of the publisher.

The moral rights of the author have been asserted.

This is a work of fiction. Names, characters, businesses, places, events, locales, and incidents are either the products of the author's imagination or used in a fictitious manner. Any resemblance to actual persons, living or dead, or actual events is purely coincidental.

This book is sold subject to the condition that it shall not by way of trade or otherwise, be lent, resold, hired out or otherwise circulated, without the publisher's prior consent, in any form of binding or cover other than that in which it is published.

Contents

Prologo	1
Chapter 1	2
Chapter 2	4
Chapter 3	8
Chapter 4	12
Chapter 5	17
Chapter 6	24
Chapter 7	28
Chapter 8	39
Chapter 9	43
Chapter 10	47
About the Author	*50*

Prologo

"**PAKAWALAN MO AKOOO!**" Sigaw sa akin ni Chloe, napakasarap sa tainga pakinggan na tila mga musika ang mga sigaw niya sa aking pangalan. Ang tunog ng puso niya ay ay aking rinig at unti-unting bumibilis. Ang sarap niyang pagmasdan napaganda niya ang mga namimilog niyang mga mata ang unang mapapansin mo sa kanya.
"Chloe alam mo ba na napakaganda mong pagmasdan?" Tanong ko sa kanya na puno ng lambing. Itinaas ko ng bahagya ang kanyang mukha sa pagkakayuko sabay angkin sa mapupula nitong labi.
"Napaka sarap talaga ng iyong labi napakatamis."
"Pwe! **HUWAG MO AKONG HAWAKAN AT HALIKAN HALIMAW KA! KAYO ANG DAHILAN NG PAGKAMATAY NILA MAMA AT PAPA!**" Pagkasambit ni Chloe ng mga katagang ito ay tumayo na ako at iniwan siyang mag-isa sa kwarto.

Chapter 1

"**Class naniniwala ba kayo sa mga bampira?**" Tanong ng guro sa buong kapulungan ng klase.

"**Ano ba naman yan Ma'am ang tanda niyo na pero naniniwala pa rin kayo sa mga bampira HHAHAHAHAHHHHA**"

"**Ma'am pinagloloko niyo naman kami eh hindi naman totoo yun.**"

"**Opo, Ma'am nag exist po sila noong 1800's at ang kauna-unahang bampira po ay si Dracula.**" Sagot naman ng isang babaeng estudyante. At pinagtawanan ito ng lahat.

"**Chloe napaka weird mo talaga iba amats mo HAHHAHAHA**"

"**Sayang ang ganda mo naniniwala ka pa sa mga kalokohan.**"

"**Quiet class! Very good Ms. Anderson tama ang iyong sagot at kayo manahimik kayo dahil ang pag-aaralan natin ngayong Semestre ay patungkol sa mga bampira.**" Saad naman ng kanilang guro. At nanahimik na nga ang klase.

May isang malaking kastilyo na nakaupo sa tuktok ng bundok, malimit na napapaligiran ng madilim na hamog na ulap. Ang ilaw ng buwan na ipinakita at ang anino ng pinagmumultuhan na lugar ay sumaklaw sa lupa bago ito. Kahit ilang beses mo man itong tignan sasagi talaga sa iyong isipan na hindi ito magandang lugar na puntahan….

"AHHHHHHHHHHHH KAILANGAN KO PA NG DUGO!" Isang sigaw na naman ang bumulabog sa buong kaharian ng Calmet na pinamumunuan ng pinakamalalakas na Bampira sa Europa. Sigaw na hinding-hindi mo gugustuhing marinig.

"P-Prinsipe B-Blake n-naubos niyo na po ang lahat ng bag ng d-dugo na para sa isang buwan." Sambit naman ng katulong sa kanyang amo na punong-puno ng kaba at takot.

"WALA AKONG PAKI-ALAM KAILANGAN KO NG DUGO UHAW NA UHAW PA DIN AKO!" Kung hindi dahil sa pangahas na taong iyon hinding-hindi magugulo ang tahimik na kaharian ng Calmet at hindi mahihirapan ng ganito ang binata.

Chapter 2

BLAKE'S POV

"Hey, I'm Blake Yves Calmet just call me Blake, I have two intimidating pairs of gray eyes pero nagiging pula ang mga mata ko kapag nakakaramdam ako ng galit at lalong lalo na ng pagka uhaw. Ang kulay ng aking balat ay mas maputi pa sa nyebe. I have luscious sexy red lips na lahat ng mga kababaihan sa kastilyo ay gustong matikman. Hindi rin maipagkakaila ang kakisigan ng aking katawan. And Yes, I am rich meron akong sariling kompanyang pinapatakbo and I belong to the one of most Billionaire in Europe. Some noble's vampire called me Young Master. Dahil isa ako sa mga prinsepe ng Calmet Castle.

I have a twin brother ang pangalan niya ay Blaze Yvan Calmet mas matanda ako sa kaniya ng one-minute ng kami ay ipinanganak ng aming inang reyna so obviously siya ang bunso.

"Young Master handa na po ang inyong sasakyan" sambit ng aking butler na si Ego, naputol ang aking pagpapakilala dahil sa sa kanyang paalala.

"Ego pakisabi na lamang sa inang reyna na pupunta muna ako sa kompanya kailangan ako doon dahil may problema". Saka ko pinaharurot ng mabilis ang aking sasakyan.

Habang nagmamaneho ako papuntang BC Merchandising Company biglang bumuhos ng napakalakas ang ulan saktuhang naka red light sign. Nakapukaw ng aking pansin ang babaeng naka school uniform ang tumawid sa pagmamadali dahil wala siyang dalang payong.

Nang madaanan niya ang aking sasakyan may kung anong mabango at matamis na amoy akong nalanghap sa dalaga.

Naramdam ako ng uhaw at siyang pagpula ng aking mata sa kakaibang amoy na bumabalot sa hangin na ngayon ko lamang nalanghap.

Tila bumilis ang kabog ng patay kong puso sa pagdaan ng babae hindi ko man nasulyapan ang kanyang mukha ngunit alam ko sa sarili kong siya na.

And I'm sure I'll make you mine....

CHLOE'S POV

Katatapos lamang ng aking klase at naglalakad na ako sa ngayon sa Hallway palabas ng gate. Araw-araw naglalakad lang ako papasok at pauwi galing sa school dahil walking distance lang naman ang bahay naming sa University na pinapasukan ko.

"Ms. Chloe!" tawag sakin ni manong guard, madalas ko siyang batiin dahil nakasanayan ko na kaya kilala niya na ako. **"Bakit po?"** sagot ko sa kanya ng may kunot sa noo.

"Makulimlim ang langit baka umulan mamaya may dala ka bang payong?" nakangiti niyang paalala

sakin. **"May dala po ako palagi manong guard nasa bag ko lang po"** sabmit ko sa kanya.
"Mabuti naman oh sya umuwi ka na ng hindi ka abutan ng ulan" sabi niya bago isara ang gate.

Nakarating na ako sa tawiran ng bumuhos ang malakas na ulan. Hinanap ko sa aking bag ang payong ngunit hindi ko makita, doon ko lamang naalala na hiniram pala ni mama. Kaya ng nagkulay pula na ang traffic light ay dali dali akong tumakbo patawid.

"Ma! Pa! nandito na po ako!" sigaw ko sa kabahayan dahil hindi ko makita ang aking magulang. Nakauwi akong basang basa ang aking damit.
"Ano ba naman yan Chloe anak nagpakabasa ka sa ulan, di ba may payong ka naman?" nagaalalang turan ni mama.
"Ay hala si Mama nakalimutan mo na po ba na hiniram mo yun sakin? Hahaha". Natatawang usal ko kay mama dahil sa makakalimutin niya na namana ko ata sa kanya.
"Hay naku bata ka maligo ka na ng makakain na at hindi ka pa makasagap ng sakit". Sambit ni Papa na siyang kagagaling sa kwarto nila ni Mama.
At ginawa ko na nga ang mga dapat gawin.......

Pagkatapos kumain pumasok na ako sa aking kwarto at tumalon agad sa kama. Saka ako napaisip hindi nyo pa nga pala ako kilala.
Btw, Ako nga pala si Chloe Anderson 17 years old at malapit na ako mag 18 sa darating na susunod na

buwan. Nag aaral ako sa Bataan Peninsula State University Balanga Campus isa sa mga prestihiyosong magandang paaralan. Sabi ng mga kaklase ko ay maganda daw ako at aware naman ako doon dahil alam kong may ibubuga naman ang ganda ko dahil maganda at gwapo naman ang mga magulang ko.

May katangkaran din ako at likas na maputi ang aking kutis at ang mas nakaka attract daw saakin ay ang aking mga bilugang mata na kulay brown. Hindi rin papakabog ang hubog ng aking katawan dahil kahit anong kain ko ng marami ay hindi ako tumataba at ang mayayaman at malulusog kong dibdib.

Ngunit sa mga magagandang katangian at hitsura ko ay hindi maiaalis sa akin na tawagin ako ng mga classmate ko na weird o psycho. Dahil sa paniniwala ko sa mga bampira na nageexist talaga sila. Avid fan ako ng mga vampire stories and movies ng sa sobrang pagkamangha sa kanila ay minsan ay ninais ko na makakita ng mga kauri nila ngunit alam ko sa sarili kong nakakatakot din naman iyon.

Dahil pagod sa school works ay nakatulog na ako ng di namamalayan...

Chapter 3

BLAKE'S POV

Nandito na ako sa aking opisina ngunit hindi ko talaga malimutan ang matamis na halimuyak na taglay ng babeng aking nakita. Pinindot ko ang aking inter-com at tinawag aking sekretarya upang dalhan ako ng isang kupitang dugo upang mapawi ang uhaw na aking nararamdaman.

Pagkatapos akong dalhan ng aking sekretarya ay nilahad din nito sa akin ang schedule ko para ngayong araw.

"Sir Calmet, your schedule for today 3pm meeting together with the Board." At lumabas na pagkatapos.

Hawak-hawak ko ang kupita at pinaikot ang dugo na laman nito habang iniisip ko na ang aking nilalagok ay ang dugo niya na napakatamis.

Lumipas ang mga oras nagising na din si Chloe upang maghanda papasok para sa night shift class niya.

"Ma, Pa aalis na po ako bye I love you." Sambit naman ng dalaga sa kanyang mga magulang.

Nasa tawidan na si Chloe papunta sa Unibersidad na pinapasukan at siya namang pag-uwi ni Blake. Kung kaya't nalanghap na naman ng binata ang halimuyak ng kanyang dugo. Nang makalayo na ang dalaga ay hindi na nag atubiling sundan ng binata kung saan ito papunta.

Nakita ni Blake ang taglay na kagandahan ng dalaga at mas lalo itong napa-isip kung ano ang misteryosong katauhan nito kung bakit ganoon na lamang ang interest niya sa dalaga. Kung kaya't kinabisa ng binata ang hubog ng katawan, tangkad, kulay ng buhok at ang itsura ng mukha nito.

Sa kabilang banda sa bahay naman nila Chloe ay napapa-isip ang kanyang mga magulang kung paano nila sasabihin sa kanilang anak ang katotohanan.

"Christopher ilang buwan nalang at kaarawan na ng anak natin. Hindi ko kayang mawalay sa anak natin." Sambit naman ng ginang sa kanyang asawa.

"Athena, patawadin mo ako kasalanan ko ang lahat ng ito." Hindi matanggap ng mag asawa ang katotohanan na malalayo na sa kanila kaisa-isa nilang anak.

"Hindi mo kasalanan ginawa mo lang naman iyon para mailigtas mo ang anak natin" Maluha luhang sambit ng ginang.

"Pinangako naman nila na pangangalagaan nila si Chloe at mamahalin ng tulad ng pagmamahal nila sa mga anak nila."

CHLOE'S POV

Mabilis na natapos ang klase namin nasa may pintuan na ako ng marinig ko ang pinag-uusapan nila Mama at Papa. Patungkol ito sa darating na debut at napahinto na lamang ako nang marinig ko ang sinabi ni Mama na ayaw niya ako malayo sa kanila. Bakit naman ako malalayo? Ano ba talaga ang tinatago sa akin ng mga magulang ko? Aalagaan ako katulad ng mga anak nila?

Ang daming mga katanungan sa isip ko na gusto kong masagot.

"Ma, Pa ano yung pinag-uusapan niyo na malalayo ako sa inyo na aalagaan nila ako ?! Ma ano ba yon sabihin niyo sa akin yung totoo." Protesta ko.

"Anak, maupo ka muna at sasabihin namin sa iyo ng Mama mo." Si Papa na hindi maipinta ang mukha sa gulat.

"Anak ganito kasi, noong bata ka pa isang taon ka noon at sinugod ka namin sa Hospital dahil sa sakit mo na Leukemia halos mag-agaw buhay kana kaso kapos na kapos kami ni Mama mo hindi naming alam kung saan kami kukuha ng ipambabayad kaya lumapit ako sa isang kakilala ko ngunit may kapalit ang lahat ng iyon kung kaya ipinagkasundo ka namin ni Mama mo at sa pagsapit ng ika-labing-walong kaarawan mo ay ikakasal ka sa anak nila." Lintaniya ni Papa

"A-anak p-patawadin mo kami ng Papa mo n-naggawa lang naming iyon dahil gusto ka namin makasama ng Papa mo ng matagal." Naiyak pa ding sabi ni Mama.

"Mama, Papa ayos lang naman po sa akin naiintindihan ko kayo ginawa niyo lang naman yung tama para sa akin. Kaso sana sinabi niyo sa akin ng maaga." Niyakap ko sila mahal na mahal ko sila ma m-miss ko sila. Sino kaya yung papakasalan ko? Mabait kaya siya? Guwapo? Ngunit sa kabila ng aking mga katanungan di ko lubos na maisip na hindi ko na magagawang makalaya pa dahil sa kapalit ng buhay ko na isinalba ng taong pinagkakautangan ng mga magulang ko at hindi na ako makakapili pa ng taong gusto kong mahalin sa panghabang buhay.

Nakaramdam ako ng lungkot sa naisipang pwedeng maging mangyari sa mga susunod na araw.

Chapter 4

THIRD PERSON'S POV

Sa kastilyo ng mga Calmet....
Nagpatawag ng isang simpleng salo-salo ang mga magulang ni Blake na pinamumunuan ni Haring Vaughn Calmet at ni Reyna Amethyst ang pinaka malakas na pureblood royalty vampires sa nasabing tatlong tribo.

Upang ipaalala sa kanilang dalawang anak ang nalalapit na pagpapasa ng trono ng hari sa kanilang panganay na anak na si Blake. Na nakatakda sa susunod na isang buwan sa pagsapit ng unang bilog na buwan ayon sa oracle.

Sa kabilang banda, sabay na dumating sa kastilyo ang magkapatid na Blake at Blaze at mag-kasabay na naglakad papunta sa dining hall…

"Kuya di ba aside from passing the throne to you ay kasunod noon ang pagpapakasal mo upang maging isang ganap na hari?" may gatla sa noong tanong ni Blaze.

"Yes" maikling sambit ni Blake.

"At according to our tradition may nakatakda ng mate para sayo which is yung magiging bride mo nakilala mo na ba siya? Ang sabi ng oracle ay nasa panig daw ito ng kasaman." usal ni Blaze.

Napatigil sa pagiisip si Blake na tama ang kapatid niya sino naman ang babaeng nakatakdang pakasalan niya pagkatapos ng ritwal na gagawin sa pagpapasa ng trono, ni hindi niya pa nakikilala ang mate niya at mas lalong mahirap isipin na nasa dark side ang bride niya at siguradong malaking gulo ito dahil hindi papayag ang mga ibang pureblood royalties sa kasalang ito....
Naputol ang pagiisip niya ng makarating na sila sa Dining Area at naroon na ang kanyang ama at ina.

"Hi mom and dad good evening" sabay beso sa inang reyna at sya namang pagyakap niya sa amang hari. Ganoon din ang ginawa ng nakababatang kapatid na si Blaze.
"Good evening to the both of you too" nakangiting sambit ng reyna.

Habang nasa kalagitnaan ng pagkain nagumpisang magsalita ang hari patugkol sa nalalapit na malaking pagdiriwang. Sinabi ng hari ang mga dapat gawin sa ritwal ng pagpapasa ng trono at ang pagpapakasal upang maging ganap na hari ngunit napahinto ang hari sa kanyang pagkukwento ng tumingin sya ng makahulugan sa asawang si Amethyst at kanyang sinabi....
"Blake anak naaalala mo pa ba ang nangyari sa nakalipas na labing pitong taon?" pagtatanong ni haring Vaughn.
"What do you mean by that Dad? Is it about that little girl na tinulungan nating madugtungan ang buhay dahil sa sakit niya noong ako ay 105 years

old pa lamang? Na sinalinan mo ng makapangyarihan kong dugo?" Tanong ni Blake sa ama.

FLASHBACK...
Romero's Hospital......
"Christoper ano na ang gagawin natin?! Ayokong mawalan ng kaisa isang anak!" humahangos at lumuluhang sabi ni Athena.
"Kahit ako man ay hindi makakapayag na mawalan tayo ng anak Athena, gagawa ako ng paraan para hindi mawala satin si Chloe" mahinang sabi ni Christoper.

Lubos ang pagmamahal ng mag asawa sa anak na si Chloe dahil sa milagro itong dumating sa buhay nila. Sa kadahilanang hindi pwedeng magbuntis si Athena dahil may bukol ito sa matres ngunit sumubok parin silang magkaanak at hindi sila makapaniwala dahil biniyayaan sila ng supling.

At ngayong nasa isang taon na ang kanilang anak ay hindi nila naisip na ganito ang kahihinatnan ng buhay nito dahil isang taon pa lamang ang anak ay may sakit na itong dinadala. Lubos ang pagkawaang nararamdaman ng mag asawa sa anak dahil alam nilang nahihirapan na ito sa sakit.

Ngunit ayaw pumayag ng mag asawa na mawalan ng anak. Hindi sumuko si Christoper maghanap ng ka-match na dugo para sa anak. Gayundin ang asawang si Athena na halos magkandakuba na sa paglalabada upang may ipangbayad sa hospital....

At sa pagkakataong ito nagaagaw buhay na ang kanilang anak at isa na lang ang tanging paraan para mailigtas ang anak sa kamatayan....

Yun ay ang lumapit sa amo niya at humingi ng tulong….

"Christoper ano ang iyong sadya dis-oras na ng gabi at humahangos ka pa?" *sabi ng amo niya.*
"Patawarin mo ko Haring Vaughn sa kapangahasan ko at nadisturbo ko kayo sa inyong pamamahinga ngunit gusto ko lamanag humingi ng tulong sa inyo" *humahagulgol na sambit ni Christoper.*
"Ano ba itong tulong na iyong sinasabi at labis ang iyong pag-iyak?" *nag-aala-lang sabi ng hari.*
"Kung inyong mamarapatin ay nais kong dugtungan mo pa ang buhay ng aking nagiisang anak Haring Vaughn sa pamamagitan ng pagsalin mo ng makapangyarihang dugo ng iyong anak na si Blake sa aking anak si Chloe" *nahihiyang usal ng ginoo.*
Matagal bago umimik ang Hari at tila nagiisip sa hinihiling ng isa sa mga pinagkakatiwalaan niyang tagapaglingkod. Lingid din sa kaalaman niya na isang tao si Christoper at alam din ng ginoo kung anong uri ng nilalang sila. Naging mag-kaibigan ang dalawa dahil sa aksidenteng nangyari matagal na pahaon na ang nakakalipas. At si Chritoper ang taong tumulong sa kanya sa panahong iyon.
"Osige Christoper, pumapayag na ako dahil sa pagligtas mo sa aking buhay ay tutulungan kita upang madugtungan ang buhay ng anak mo" *diretsong sabi ng hari.*
"Maraming Salamat Mahal na Hari." *nakangiti at tila nabunutan ng tinik sa dibdib na wika ni Christoper sa sinabi ng Hari.*

"Ngunit may kapalit ang buhay na hinihiling mo para sa iyong anak Christoper." sambit ng Hari.

"Ano naman po ang kapalit Haring Vaughn?" nahihiwagaang sambit ng ginoo.

"Bilang kapalit nais kong ipakasal ang anak mo sa panganay kong anak na si Blake dahil sa dugong dadaloy sa katawan ng anak mo ay kailangan nila magsama pagsapit ng labing walong taong gulang ng iyong anak Christoper." mahabang litaniya ng hari.

"Kahit ano pa po ang kapalit Haring Vaughn ay aking tatanggapin mailigtas lamang ang aking anak" sambit ng ginoo.

END OF FLASHBACK....

Ngunit sa nangyari na pagtulong ng Hari sa Ama ni Chloe ay marami ang nagbago at naapektuhan nito. Ang nakatakdang pagpapakasal ni Blake sa anak na babae ng Hari sa Crimson Castle na mula sa Dark Side ay naapektuhan at hindi natuloy. Ang kasalan na dapat magiging dahilan ng pagiging isa ng dalawang kaharian at pag hinto ng kaguluhan. Ay naudlot dahil sa isang desisyon.

Chapter 5

CHLOE'S POV

Ito na ang araw na kung saan kailangan ko ng harapin ang katotohanan na pagkatapos nito ay malalayo na ako sa mga magulang ko. Nandito ako ngayon sa kwarto naghahanda na para sa gaganaping party mamayang alas-nuwebe ng gabi para sa debut ko. Hindi ko magawang magsaya o tumawa man lamang kahit na isa ito sa mga sinasabing magandang pangyayari sa mga dalagang kagaya ko.
Biglang bumukas ang pintuan at bumungad dito ang aking ina.
"Chloe anak napaka ganda mo manang-mana ka talaga sa akin." Natatawang sambit ni Mama.
"Ma, ayoko malayo sa inyo ayoko magpakasal sa taong hindi ko kilala. Paano kung saktan niya ako Ma iurong niyo nalang yung kasal please." Pagmamaka-awa ko kay Mama.
"Anak, patawadin mo kami pero hindi maaari ang gusto mo. Basta anak tandaan mo mahal na mahal ka namin 'wag kana umiyak saying ang make –up mo napaka ganda mo pa naman."
THIRD PERSON'S POV
"Mahal na Hari ngayon na po ang unang bilog na buwan at ang kaarawan ng babaeng dahilan ng hindi pagkatuloy ng kasal ng mahal na prinsesa sa

prinsipe na itinakda" Sambit naman ng aking kanang kamay.

"Humanda kayo at lulusob tayo sa kaarawan ng babaeng sumira sa aking mga plano!" Hindi ako makakapayag na magsasaya ang babaeng dahilan ng pagbagsak ng kaharian ko. Simula noong ibigay ni Blake ang dugo niya sa mortal na iyon ay naapektuhan nito ang pagkakasundo ng aming kaharian at upang huminto ang ddigmaan sa pagitan ng Calmet at Crimson ngunit dahil sa pagka-udlot ay patuloy na lumaganap ang digmaan at naubos ang aking mga kampon.

CHLOE'S POV
It's been 15 minutes before the party started pinaghandaan na talaga nila Mama ang lahat they spend a lot just to celebrate my party at Crown Royal Hotel in Balanga. All of my classmates are invited. Gusto ko magsaya pero di ko magawa lahat sila excited na makita ako.

And when the clock strikes at 9pm.

"Good evening ladies and gentlemen before we start this celebration, can I ask all of you to put the gifts on the table near the stage? Thank you everyone." The host said. **"And before we call the celebrant let's all give a round of applause to her parents Mr. Christopher Anderson and Mrs. Athena Anderson."** Sabay tayo at ngiti ng mag asawa sa mga bisita.

"And now let the party begins and here is our beautiful debutant, Chloe Anderson." At sa hudyat na iyun, dahan-dahan ako bumaba na mag-isa sa hagdan, nagsisipalak-palakan- sila at nakakarinig ako ng mga ilang papuri.

"**She's so beautiful.**" Komento na nakaagaw pansin sa akin galing ito sa lalaki na hindi ko kilala pero kumalabog at bumilis ang pintig ng aking puso ng madinig ko ang boses niya.

Tumingin ako sa sa suot kong gown. I was wearing a red tube backless gown; it has white sequence sa upper part na nagsisilbing disenyo nito habang ang ibabang parte nito ay binubuo ng makintab at kumikinang na Silk cloth. Hindi ko gusto ang masyadong maraming arte sa damit kaya naman pinili ko ang simpleng gown na ito but I made sure that it still looks elegant for me because I would be the star of the night. Kahit na masakit susulitin ko na ang pahanon para magsaya.

But I wonder who will be my escort? My fiancée? The man that I never met.

Lumapit sa akin ang lalaking nag komento sa akin kanina. He was wearing a black suit and inner polo was red with a tie. i just realize that he is handsome no he looks like a demi-God. He had his pair of red eyes? Pero nung tinignan ko ulit yung mata nita it was gray baka namalik mata lang ako.

"**Shall we?**" he offered his hand to me. So he was my escort and my fiancée maybe?

"**Uh okay**" That's the only thing I said. I can't speak a long words my heart skipped fast.

BLAKE'S POV

She's beautiful on what she's wearing tonight. I can't help to stop my mouth speak to tell that she's beautiful.

Tapos bigla siya tumingin sakin at tinitigan ko siya napakaganda ng mapapakasalan ko walang duda.

When the music starts I step forward but my eyes turns red and he looks so confious and when she looks at me again I offer my hand to her and asked a dance. Napaka bango talaga ng dugo niya sobrang matamis. And now I know why I'm so interested on her because she is *"my mate."* Siya yung babae na binigyan ko ng dugo ko at hindi ako nagsisi.

Nasa gitna na kami upang sumayaw ngunit may naramdaman akong kakaiba. Ang lakas ng enerhiya na mula sa Crimson.

Ilang saglit pa ay naglitawan na ang mga kampon ni Drake Crimson na hari ng mga bampira mula sa Dark Side. Ang lahat ng bisita ay nagsigawan dahil sa takot na nararamdaman.

Ang mga tao ay makikita mo na nakahandusay sa lapag at ang mga dugo na umaagos ay siyang dahilan ng pagpula ng aking mga mata. Umalingawngaw sa buong hall ang boses.

"CALMET!" sigaw na nagmula kay Haring Drake
Ramdam kong napakislot sa kinatatayuan niya si Chloe. Nakita ko sa mga mata niya ang halo halong emosyon dahil sa nangyayari ngunit isa lang alam kong dapat gawin yun ay ang protektahan siya sa mga nais na pumatay sa kaniya ang mga Crimson.

CHLOE'S POV

Nang maglapat ang aming mga kamay naramdaman kong may kuryenteng dumaloy saakin at iginiya ako ng lalaking ito sa gitna upang sumayaw. Ngunit bigla na lamang siyang natigilan.

"Baka siguro naramdaman niya din yung kuryente? Teka bakit nga ba may kuryente? Ang weird naman"

Maya-maya pa may mga nagsulputang mga lalaking nakaitim na galing sa isang itim na usok at tila ba nanlilisik ang mga mata at tumutulo ang mga laway. At doon ko napagtanto na mga pambira pala sila ayon sa mga matutulis na kuko at naghahabaang pangil nila.

Halo halong emosyon ang aking nararamdaman dahil sa hindi ko maintindihang pangyayari nariyan na namamangha ako dahil sa wakas ay nakakita ako ng mga katulad nila pero sa kabilang banda natatakot dahil sa napakarami na nilang pinatay sa mga kaklase ko at makikita ang mga nagkalat na dugo saan mang sulok ng Hall.

Agad na hinanap ng mga mata ko ang aking mga magulang ako ay natauhan sa pagkabigla ngunit huli na ng makita kong sinisipsip na ng dalawang lalaking pambira ang leeg ng mga magulang ko.

"OH GOD! MA! PA!" nabibiglang tawag ko sa kanila habang tumatakbo papalapit sa kinaroroonan nila.

Sa mga oras na iyon isa lang ang alam ko ang iligtas ang mga magulang ko kahit na alam kong mapanganib. Malapit na ako sa dalawang bampira ng may lalaking humatak saakin pabalik.

"ANO BA BITAWAN MO KO KAILANGAN KO MAILIGTAS SI MAMA AT PAPA!!!!" umiiyak at nagpupumiglas kong sabi sa humablot saakin.

"No, You can't mapapahamak ka lang and worst baka ikaw pa ang isunod nilang patayin!" matigas na sabi ng lalaki saakin.

"PLEASEEE B-BITAWAN M-MO N-NA AKO I-ILILIGTAS KO S-SILA MAMA SA MGA H-HALIMAW NA IYAN A-AYOKONG M-MAWALA S-SILA SA AKIN K-KAYA P-PLEASEEEE!!" pagmamakaawa ko sa lalaki.

Ngunit hindi niya ako pinansin bagkus ay inutusan niya ang ilan sa kasamahan na protektahan ako **"Protect the Queen"** maawtoridad na sabi niya, at ang iba na man ay lumusob kasama ng lalaki.

Hindi ko labis maiisip ang nangyayari sa oras na ito dahil nasaksihan ko ang unti unting pagkakakulubot ng balat nila Mama at Papa dahil sa nawalang dugo sa kanila. Sobrang pag-iyak at pagsigaw ang ginawa ko para hindi nila patayin ang mga magulang ko ngunit wala akong magawa kung hindi isigaw ang pangalan nila habang humahagulgol sa iyak.

Nakita kong nakikipaglaban ang lalaking humablot sa akin sa mga bampira at nakita ng dalawa kong mata ang pagiiba ng kulay ng kanyang mata mula sa kulay abo ay naging kulay pula ito.

Nang may biglang sumulpot sa harapan kong pambira ay ganoon na lamang kabilis na may isang tao ang dumukot sa puso nito na syang sanhi ng pagkamatay ng pambira. Sa sobrang bilis ng mga kilos nila ay hindi mo maaninag ang paglalaban nila. Naroong nagkakalmutan sila at nagkakagatan hanggang sa

makalas ang laman ng nakakagat sa bawat pag sugod ng mga ito.
Dahil sa pagkagulat sa nangyayari ay halo-halong emosyon na ang aking nararamdaman. Muli kong sinulyapan ang aking mga magulang upang makita ang walay buhay nilang katawan ay sobrang nanikip ang aking dibdib at hindi ko na maramdaman ang aking paghinga dala na rin ng labis na pagiyak ay bigla na lamang nag dilim ang lahat....

Ang kaarawan ko na dapat ay puno ng kasiyahan ng mga taong na mahalaga sa ay nabalot takot, dugo at mga patay na katawan.

Chapter 6

CHLOE'S POV

Nagising ako sa hindi pamilyar na kwarto napaka dilim ngunit makikita mo ang kagandahang taglay nito. Ang kulay nito ay puti ngunit ang mga malalaking bintana ay nahaharangan ng makakapal na tela ng kurtinang kulay itim.

Iba na din suot kong damit napaka ganda it was red night dress na gawa sa silk lantad na lantad ang aking mayayamang dibdib ang makikinis at mapuputing balat.

Bumukas ang pintuan ng kwarto at iniluwa nito ang napaka gwapong lalaki. Ngunit napagtanto ko na siya ang dahilan kung bakit namatay ang aking mga magulang kung kaya't hindi ko siya hinayaang lumapit sa akin at sumigaw.

"PAKWALAN MO AKOOO!" Sigaw ko sa kanya ayoko siyang makasama hindi katulad niyang halimaw ang gusto kong pakasalan! Kung noon paghanga ang nararamdaman ko sa tuwing makakabasa ako ng aklat patungkol sa bampira ngyon ay napalita na ito ng matinding galit.

"Chloe alam mo ba na napakaganda mong pagmasdan?" Sambit niya na akala mo ba ay walang nangyaring masama kagabi. Laking gulat ko na lamang ng biglang. **"Napaka sarap talaga ng iyong labi**

napakatamis." Hanggang ngayon ay ramdam ko pa rin ang labi niya kahit na ito ay hindi na nakalapat sa akin. Napakalambot.
"Pwe! HUWAG MO AKONG HAWAKAN AT HALIKAN HALIMAW KA! KAYO ANG DAHILAN NG PAGKAMATAY NILA MAMA AT PAPA!" Napaka sama niya hindi ko siya mapapatawad! Ang iniwan niya na ako sa silid.

"BLAKE'S POV"
Pinahanda ko na ang lahat ng kailangan niya. Napaka himbing ng tulog ng aking Reyna hindi ako makapaghintay na maikasal sa babaeng pinakamamahal ko. Pinuntahan ko siya sa kanyang silid napakaganda niya ngunit.
"PAKAWALAN MO AKOOO!" Sigaw sa akin ni Chloe, napakasarap sa tainga pakinggan na tila mga musika ang kanyang mga tinig ngunit alam ko na puno ito ng galit. Ang tunog ng puso niya ay ay aking rinig at unti-unting bumibilis. Ang sarap niyang pagmasdan napakaganda niya ang mga namimilog niyang mga mata ang unang mapapansin mo sa kanya.
"Chloe alam mo ba na napakaganda mong pagmasdan?" Tanong ko sa kanya na puno ng lambing. Itinaas ko ng bahagya ang kanyang mukha sa pagkakayuko sabay angkin sa mapupula nitong labi.
"Napaka sarap talaga ng iyong labi napakatamis."
"Pwe! HUWAG MO AKONG HAWAKAN AT HALIKAN HALIMAW KA! KAYO ANG DAHILAN NG PAGKAMATAY NILA MAMA AT PAPA!" Pagkasambit ni Chloe ng mga katagang

ito ay tumayo na ako at iniwan siyang mag-isa sa kwarto. Napaka sakit para sa akin na kamuhian niya ako pero totoo naman isa akong halimaw at walang makakapagpabago noon.

Dumiretso na ako sa aking kuwarto ngunit naramdaman ko na naman ang halimaw na gustong kumawala sa akin. Ang uhaw na aking nararamdaman ay mas lalong lumalala kailangan ko ng kanyang dugo at isa lang ang paraan nito ang ikaasal kami ni Chloe.

CHLOE'S POV

I heard a creaking sound of the door. Someone opened it and maybe it's him again. I heard a hacked. I slightly turn my head to see who is it. It pricked my forehead when I saw a girl standing six steps from me.

Maputla ang balat ng mga mata matangos na ilong at napakapanliit ang tindig. There, when she shows me staring at her she flashed a warm smile. Somehow, naging panatag ako doon. Dahil pakiramdam ko, nakita ko na siya. Nakasalamuha ko na pero hindi ko alam kung kahit saan.

"Why am I here? Are you going to kill me too, like what you did to my parents?" Lakas tanong ko.

Sumilay ang kakaibang ngiti sa labi niya at umangat ang kanang kilay niya. **"Oh dear, we didn't kill them."**

It's my turn to taste the bitterness of her answer. How come? Kitang-kita iyon ng mga mata ko.

"Your parents and friends was killed, Yes, but we are not the one responsible for their death." Paliwanag pa niya. Umiling ako sa narinig ko.

"You're a vampire and vampire killed them…" Mahina ang boses ko ng sabihin iyon.

"You're right. I am a vampire but that doesn't mean na ako na ang gumawa noon. Himdi kabilang sa nasasakupan naming ang mga bampirang umatake sa inyo kahapon. If you don't believe me, it's fine." Mahabang paliwanag niya.

Ngunit sarado na ang isip ko. Vampires are monster. Hindi man siya ang gumawa noon, isa pa rin siyang bampira. That's the truth and I need to accept the fact na hawak nila ang buhay ko ngayon.

"What do you want from me? My life? Go kill me…" Buong tapang kong hamon sa kaniya. Subalit umiling lamang siya at ngumisi, bago sumagot.

"You need to marry our King."

Chapter 7

BLAKE'S POV

Nandito ako ngayon sa balcony ng kwarto ko sumisimsim ng dugong may halong alak na siyang mas lalong nagpasarap sa inumin. Iniwan ko muna si Chloe sa kwarto niya dahil alam kong sobra sobrang poot pa rin ang nararamdaman niya dahil sa pagkawala ng kanyang magulang.

I was in the middle of my mind when I felt a familiar aura and I already know who that energy is coming from and that is from Mia the vampire's oracle. Siguro pinaalalahanan niya si Chloe sa nalalapit naming kasal. Ngunit hindi ako tanggap ni Chloe kaya nakabuo ako ng plano sa isipan ko na alam kong magugustuhan mo mahal ko. At sana buksan mo ang puso mo para papasukin ako.

CHLOE'S POV

Matapos magpakita saakin nung babae di na matahimik ang isipan ko dahil sa mga sinabi niya. Alam ko namang magpapakasal ako kapalit ng buhay na hiningi ng magulang ko sa pamilya nila pero di ko lubos na maisip na bampira pala ang pinagkakautangan ng loob nila Mama at Papa noong sila ay buhay pa. Kaya nahihirapan akong tanggapin ang katotohan dahil kauri nila ang pumaslang sa mga magulang ko.

Kailangan kong magpakatatag at isiping para kila Mama at Papa ang ginagawa ko kahit masakit ay

tatanggapin ko ang kapalarang ibinigay saakin. Dahil kahit na ganito ang kapalit alam kong naging masaya naman sila Mama saakin noong sila buhay pa. Ipinahid ko ang aking luha at naisipang maligo para gumaan ang aking pakiramdam.
Sa kabilang banda naghahanda naman si Blake sa kanyang gagawin na plano.

BLAKE'S POV
Ngayong oras din mismo ay uumpisahan ko na ang plano ko. Nangingiti na lang ako habang iniisip ang mga possibleng mangyari. Matawagan nga si Ego para tulungan ako sa plano ko.
Calling Ego….
"Hello Young Master ano po ang inyong sadya at napatawag po kayo?" Sabi ni Ego sa kabilang linya.
"I would like to ask for your help to surprise Chloe" sabi ko ng nakangiti sa kabilang linya.
"Hindi mo na kailangan pang mag tanong Youg Master dahil simula bata ka palang pinagsisilbihan na kita. And I'm grateful to that" makabuluhang sabi ni Ego.
"Thank You for that so here's the plan…." Ipinaliwanag ko kay Ego ang lahat ng gagwin sa plano at dapat maayos ito at walang palya at sana lang magustuhan ni Chloe.
"Okay I got it Young Master… I know that place" Ego said to the other line.
"Okay Bye" I said then I hung up.
Sana magtagumpay ang plano ko para hindi na ako mahirapang pang makuha ang puso mo Milady…

CHLOE'S POV

Natapos ako sa paliligo ko ng may kumatok sa pinto ng kwarto ko. Ayoko mang buksan dahil baka si Blake ito ay lumakad pa rin ang sarili kong mga paa patungo sa pinto. Pagbukas ko katulong sa masion ang bumungad sakin.

"Lady Chloe nais pong ipaabot ni Young Master" abot niya saaakin nung malaking box.

"This is for me? Ano ba ang laman nito? At bakit binibigyan niya ang ng kahon? Ayoko baka kung anong kasamaan lang ang laman niyan" tanggi ko.

"Lady Chloe hindi po kasamaan ang laman niyan buksan niyo na lang po para malaman niyo" pangungumbinsi ng matanda saakin.

Tinanggap ko na ito at binitbit hanggang sa makarating ako sa kama ko. Tinitigan ko muna ito at hindi binubuksan dahil baka mamaya puso pala ng tao ang laman nito o kung ano pang mas nakakakilabot na bagay.

Pero dahil sa kulit ng curiousity ko ay binuksan ko ito bumungad sakin ang nakatuping damit. Kinuha ko ito at tama ako isa itong simpleng black silk dress na may slit sa right leg. Ang ganda naman ng damit na ito para saan naman at ibinigay sakin to? At may kasama pa itong white glittered stiletto. Nasagot ang katanungan ko ng may nakita akong white paper at ang nakasulat.

"Mi Amore please wear that dress paired with that heels and be ready when the clock strike at 12:00 in the midnight. Wait for me their Milady."
Blake Yves

Be ready daw aano naman kali kami? Nako baka ito na ang oras para kainin ako ng halimaw na yun ahh. Tsk anong gagawin dapat ko ba siyang sundin? O dapat na akong magisip kung paano tumakas dito? What should I do???

BLAKE'S POV
Naipadala ko na ang susuotin niya sana magustuhan niya at maghanda din sana siya baka balewalain niya lang ang sinabi ko sa sulat nako malilintikan na. Baka masira ang plano at lalong lalo na ng effort ko.
"Nakakabakla man pero mahal ko siya wala na kayong magagawa pa hahahah"
"Young Master heto na po yung pinapakuha niyong kutsilyo" sabay abot sakin ni Ego.
"Okay just leave it there" sabi ko kay Ego bago umalis.
All set is done na kailangan ko na lang maghintay ng isang oras para sunduin si Chloe my loves. At sana sumama siya sakin.
Lumipas ang oras and it's already 11:30 pm mamaya lang ay susunduin ko na si Mi Lady.

CHLOE'S POV
30 minutes na lang ang natitira para sa oras na ibinigay ni Blake saakin hindi ko alam kung kailangan ko ba maghanda o hindi. May kaba akong nararamdaman sa puso ko pero ano itong excitement na mas nangingibabaw sa sistema ko? Hindi naman ako makatulog dahil sa pakiramdam na ito pero buo na ang

isip ko susubukan kong magtiwala kay Blake at sana wag niya ako biguin dahil naligo na ako kanina ay nabihis na lamang ako ng damit na binigay niya.

Tulad nga ng sabi ni Blake sa letter sinuot ko na yung damit at heels naglagay na rin ako ng konting make up para naman mas bumagay ang itsura ko sa damit na binigay niya. Naka messy bun lang ang aking buhok na mas bumagay sa crystal white headband na suot ko ng mapapadpad ako dito.

Tinignan ko ang repleksiyon ko sa salamin napakaganda ng nakikita ko hapit na hapit ang upper ng dress sa dibdib ko kaya medyo sumisilip ang cleavage ko pero hindi naman malaswa tignan.

Sana lang talaga ay tama ang desisyon ko sa gagawin kong pagpayag na ito dahil hindi ko na alam kung ano pa ang magagawa ko kapag nalaman kong hindi pala maganda ang kalalabasan nito.

Time flies so fast and the clock strike at 12:00 pm in the midnight. Maya maya lang may narinig akong tatlong katok sa pinto ng kwarto ko.

"Tok...tok...tok..."

"Hey it's me Blake please open the door Mi Lady" ani ng binata.

Dahan dahan kong binuksan ang seradura ng pintuan at dahan dahan bago lumabas ng kwarto at iyon si Blake nakasandal sa gilid ng pader dito sa hallway habang gwapong gwapong nakapamulsa. Nakasuot siya ng black pants na pinaresan ng black longsleeve polo na may mga putting sequence at mas lalong nakadagdag sa hotness niya ang ear piercing niya sa kanang tainga niya.

Oh, my goodness why so gwapo kyahhhhh?? Sarap gahasain...

Ayy ano ba itong naiisip ko pahamak na utak to kase naman binawasan ko na nga pagbabasa ng mga erotic novels, stories at iba pa para di malason utak ko tapos ganito haysss pahamak ka green minded cells sa utak ko.

"Mi Lady done eye raping me?" he said while grinning.

"Tsk. Kapal din ng apog mo noh asa ka pa" naiinis na sabi ko sa kanya.

Asus deny pa halata ka naman na sa kalandian mo Chloe

Che manahimik ka dyaan green minded cells kundi chuchugihin kita tamo!

"Let's go Mi Lady" sabi ni Blake habang nakalahad ang kamay.

At tinanggap ko naman ang kamay niya para matapos na itong kabaliwan na ito. Ngunit sa loob loob ko kinikilig ako dahil fisrt time na may lalaking magyaya sakin ng ganito. Pero di pa din maalis ang galit na nararamdaman ko sa mga kauri niya matapos lang ang gabi na ito ay hahanap na ako ng paraan para makaalis dito.

"Uhmm, I forget to tell you this earlier but you are so beautiful Mi Amore" sani niya sabay kindat saakin.

"Tsk" usal ko.

Kikiligin na ba ako? ErRRrrrr kinikilig na talaga kunwari lang masungit para di mahalata hahahaha.

Habang naglalakad nakarating kami sa main entrance at may sasakyang nagaabang saamin. May valet parker ang nagbukas ng pintuan para saamin nakasakay ako sa passenger seat at si Blake ang driver.

Habang bumibiyahe di ko matiis na hindi magsalita dahil nakakabored na dahil mahigit isang oras na kami bimubiyahe.

"Malayo pa ba tayo? Ang tagal naman makarating tsk." Kunwaring naiinis na sambit ko.

"My baby is getting bored hmm. You can use my phone Mi Amore to lessen your boredom were almost near" sambit ng binate.

Bakit ba anlakas magpa fall nitong si Blake wag kang ganyan kyahhh NBSB ako madali ako kiligin sa ganyan kase wala pa akong experience dahil strict ang parents ko nung nabubuhay pa sila.

"Ehemm... hemmm... pasalamat ka bored na ako wag mo ko simulan at pagod ako para makipag away at hindi tayo close para tawagin mo ko ng kung ano anong gusto mo saka baka nakakalimutan mo galit pa rin ako sa mga kauri niyo kaya pwede ba pagkatapos ng kabaliwan na ito wag mo na ako guguluhin" buong tapang ko na sabi sa kanya kahit na kinikilig pa lang ako pero may galit pa din sa puso ko.

"Hindi maaari ang sinasabi mo Mahal ko dahil nakatakda na tayong ikasal paanong hindi kita pwedeng guluhin? Nauna mo na ngang guluhin ang puso at isipan ko simula noong una kitang nakita" banat ni Blake.

"Unang nakita bakit stalker ba kita?" nagtatakang tanong ko sa kanya.

Hindi na sya nagsalita pa at itinuon na lang ang sarili sa pagmamaneho. Habang naglalaro ng solitaryo sa phone ni Blake dahil iyon lang ang laro na meron siya ay pinagtiyagaan ko na. Naramdaman kong tumigil ang sasakyan sa isang lumang gate. Teka nasan ba kami? Di ko na namalayan kung saan ang dinaanan naming dahil masukal na ang paligid puro nagtataasang narra trees at mga damo na nagkalat sa daanan. Susmiyo marimar tapos pinag heels pa niya ako at dress kung balak niya lang naman pala mag ghost hunting.

BLAKE'S POV
Atlast nakarating na kami ni Chloe binuksan ko na yung lumang gate at tinignan ko si Chloe ng may pagtataka sa muka. Napangiti na lang ako ng mabasa ang nasa isip niya. Kaya pala naiinis ang muka niya hahaha my baby is so cute. Walang sabi sabing binuhat ko siya ng pa bridal style.

"AYY! Ano ba blake ibaba mo nga ako!" nagpupumiglas ng sabi.
"No, Mi Amore ibababa lang kita kapag nakarating na tayo doon so please relax at baka mahilo ka lang, are you ready?" pagtatanong ko sa kanya habang nakangiti at walang sabi sabing tumakbo ako ng napakabilis at hanggang sa makarating kami sa lugar na pinag effortan kong ayusin para sa kaniya.
"WHAT THE HECK! NAHIHILO AKO LINTEK KANG LALAKI KA IBABA MO NA AKO" sigaw nya sakin and that make me chuckle.
"Ano tinatawa tawa mo dyaan?! May nakakatawa ba?! Pasalamat ka naka bun yung buhok ko kung

hindi baka muka na akong sinabunutan ng mga bruha!!" sabay irap sakin.

"Mi Amore even your hair becomes messy, you are still beautiful in my eyes" pagpapalakas ko ng confidence niya pero mukang di niya nagustuhan dahil inirapan niya lang ako.

"Tara na nga ng matapos na to sumasakit ang ulo ko sayo Tsk" naiinis na turan niya sakin.

At nauna na nga siyang maglakad naroong natigilan siya ng sensyasan ko mula sa malayo si Ego na nagtatago sa dilim na buksan na ang lights para makita naming ang daan papunta sa falls. Kita ko muka ni Chloe na nagugustuhan nya ang mga ilaw na nakasabit pahilera sa puno papunta sa pinaka magandang spot ng lugar.

Boooogshhh... Bhoooogshhhhhh…...

Malakas na lagaslas ng Water Falls sa harapan namin. This time sinenyasan ko ulit si Ego na pailawin na ang ilaw sa tent na ginawa namin kung saan doon nakalagay yung mga kakainin at namin at kung ano-anong mga necessities. Nasaksihan ng mga mata ko kung paano humanga si Chloe sa mga hinanda namin ni Ego. At isa lang ang alam ko nagustuhan niya ang ginawa ko para sa kanya.

Di niya namalayan nawala ako sa tabi niya at nagtago sa likod ng tent para kunin ang gitara ko para kanthan siya.

I start to strum the guitar and there she is looking at me with questioning look.

"A-anong ginagawa mo B-blake?" nagtatakang tanong niya sakin pero ngiti lang ginanti ko at nagumpisa ng kumanta at maggitara.

I have loved you only in my mind
But I know that there will come a time
You'll feel this feelin' I have inside

You're a hopeless romantic is what they say
Fallin' in and out of love just like a play
Memorizin' each line
I still don't know what to say
What to say

Napatitig siya saakin ng naguguluhan at napapangiti ako ng dahil doon kahit anong reaction ng muka niya ay she's indeed the epitome of beuty that's one of the reasons why I fall inlove to her.

Don't know what to do
Whenever you are near
Don't know what to say
My heart is floating in tears
When you pass by, I could fly

Every minute, every second of the day
I dream of you in the most special ways
You're beside me all the time
All the time
All the time
All the time

Matapos kong kumanta nakatingin lang siya saakin but this time nakangiti na siya at alam kong nagustuhan niya ang hinanda ko sa kanya napangiti ako sa isiping iyon. Lumapit ako sa kanya at iniabot ang isang boquet ng pink tulips na alam kong paburito niya.

"Sana nagusthan mo Chloe hindi man tayo nagkakilala at nagumpisa sa magandang tagpo pero sana give me a chance to prove to you na hindi ako, kami ng pamilya ko katulad ng mga bampira na pumatay sa magulang mo. Gusto ko lang malaman mo na kahit wala na ang mga magulang mo ay masasabi kong napalaki ka nila ng maunawain, mabait, matapang at higit sa lahat bukas ang puso sa lahat at alam kong masaya sila sa naging desisyon nila sayo Chloe so please give us a chance to enter to your life" mahaba kong sabi sa kaniya at nakita ko kung paano nagbagsakan ang mga luha niya dahil siguro sa namimiss ni niya ang magulang niya. Pinunasan ko ang luha niya at niyakap siya.

"Okay I will give you a chance to be part of my life" nakangiting sabi ni Chloe.

And that I kiss her with full of sincerity and passionately. I smiled when she returns the kisses and I feel like I'm floating in the air.

Chapter 8

CHLOE'S POV

Narito ako ngayon sa hardin pinagmamasdan ang magagandang bulaklak. Hindi ko lubos akalain na may ganitong lugar pala sa Bataan at isang palasyo pa na puno ng mga bampira. Iniisip ko na siguro ay tama lang naman na bigyan ko ng chance si Blake dahil wala naman siya pinakitang masama sa akin at tama naman si Mia na bampira man sila ngunit hindi naman sila ang dahilan kung bakit namatay sila Mama at Papa.

"**Aray.**" Saad ko nasugat ako sa darili ng tinik ng rose. Bigla nalang sumulpot si Blake at ininom ang dugo sa aking daliri. "**Becareful Mi Amore your blood is so sweet it may attract all vampires. And your blood is mine.**" Saad niya sa akin at pumasok na kami sa mansion.

"**Sorry Blake ang ganda lang kasi noong bulaklak hindi ko mapigilang hindi hawakan.**" Mahinang saad ko dahil hanggang ngayon ay pula pa rin ang kaniyang mga mata.

"**It's okay basta sa susunod mag-iingat ka baka maubos ko dugo mo.**" Sabi niya ng napaka lambing.

'Hayst napaka gwapo talaga niya yung mga labi niya ang pula at maalalahanin, My King.'

"**Stop raping me in your mind.**" Nakakainis talaga nababasa ng pala niya yung nasa isip ko.

"Tsk. Asa diyan ka na nga!" Sigaw ko atumakyat na ako sa kwarto.

Ang oras ay napaka bilis lumipas at alam ko na napakalapit na din ng araw ng kasal namin ni Blake.
Habang nasa kwarto ako nakarinig ako ng ingay at nagmadali akong tumakbo mula sa pinanggalingan ng ingay. Nagmula ang ingay sa kwarto na mula na dumating ako rito ay hindi ko man lang nasilayan. Nasa pinakadulo iyon ng pasilyo. Talagang malato sa kinaroroonan ng aking silid.
Nasalubong ko ang ilan sa mga tauhan at kasambahay at nagmamadaling bumaba at halata mo takot nanraramdaman. Tianong ko ang mga ito ngunit wala man lamang sa kanila ang sumagot. At mabuti na lamang at nakita ko si Ego na hindi malaman kung ano ang gagawin tatalkbo o papasok sa silid na pinangagalingan ng ingay.

"Ego, anong nangyayari? Bakit nagkakagulo ang lahat?" Tanong ko sa kaniyang matapat na kanng kamay.

"Mahal na Reyna, Ang mahal na Hari, inaatake siya. Hindi naming alam ang gagawin. Wala pa rin po si Prinsipe Blaze." Nakikita ko ang takot at pag-aalala sa kanyang mukha.

"As far as I know Ego, hindi ako pumalya sa pagbibigay sa kaniya ng dugo. Ano ang nagyayari sa kaniya? Hindi ba niya iniimom yung binibigay ko?" Umiling siya ngunit nakatingin pa din sa pituan.

Nanlaki naman ang aking mga mata at nakaramdam ng takot ng may bumalibag naman na ingay mula doon.

Umalingaw ang boses ni Blake sa kwarto ng puno ng galit at paghihirap.

"Mahal na Reyna lahat po ng mga kasambahay ay wala ng buhay. Napatay na po ng mahal na hari."

Hindi ko alam kung ano ang magiging reaksyon ko.

"May sakit pa ba si Blake? Ang alam ko lamang ay huminto ang pagtibok ng puso niya dahil sa pagbibigay niya dugo sa akin. May iba pa ba?"

Napalunok siya. Pagkatapos ko itong tanungin.

"Mahal na Reyan alam ko pong wala akong karapatan sabihin ito sa inyo, ngunit hangganghimdi kayo tuluyang nakapag-iisa ng hari ay mananatili ang halimaw na nasa loob niya. Iyon po ay ang pumatay ng mga kasambahay at tauhan sa palasyo, alam naming nilalabanan iyon ng mahal na hari. Ngunit napaka-lakas nito."

Paliwanag ni Ego.

Pagkatapos kong malaman ang lahat ay naramdam ako ng awa para sa mga namatay na kasambahay lalo na para kay Blake. Ang tagal niyang tiniis ang lahat at alam ko n ang lahat ng ito ay ako ang dahilan. Kung kaya't walang atubili ay pumasok ako sa kwarto niya at nakita ko mga dugong nakakalat sa sahig.

Kitang-kita koang mapupula niyang mata at walang ano-ano ay nasa likuran ko na siya ay unti-unting lumandas ang mga pangil niya sa aking balat. Alam ko san a ham=nda na akong mamatay, ngunit nababalot ako ng takot. Nangingiig ang aking laman at naunahang pumatak ang aking mga luha.

Para kaming nalutang sa ere at nadinig ko ang pagbasak ng pito. Naramdaman ko ang lambot ng kama sa aking balat. Nakaramdam na ako ng sakit dahil sa unti-unting pagbaon ng kanyang mga pangil sa aking leeg. Napapikit ako sa sakit at kumaala ang mga mahihinang hikbi naramdaman ko ang likido na naglalandas sa aking leeg.

Am I really ready to die? Himdi umalis ang kanyang ulo sa aking leeg at naramdaman ko ang dila niya na hinahagod ang mga nakawalang dugo doon. I thought he still bite me, yet after cleaning the mess brought by the blood, I felt kissing my neck, this time, I felt gentleness.

Ang halik na iyon ay umakyat sa aking tainga. Kung kanina ay takot ang aking nararamdaman ngayon ay kiliti na. I can hear his brathe. When he stops what he is doing, he rested his face on my neck. He carries my hair and gently stroke it. The fear I am feeling suddenly fade. Specially when I heard him murmur....

"I'm sorry, I got carried away. Forgive me, Mi Amore."

Chapter 9

CHLOE'S POV

Simula ng mangyari iyon kahapon naramdam ako ng kakaiba sa hinahanap-hanap ko na siya yung mga pangil niya nararamdaman ko pa din pang hanggang sa ngayon. Ngunit narinig ko sila Mia at Ego na nagtatalo.

"He needs her, Mia. We might lose our King!" Sigaw ni Ego na puno ng galit.

"She's still not ready for this! We can't force her. She might die!"

Naaalala ko pa ang lahat pagkatapos nang nangyari kahapon Mia bring me to my room because of the drainess.

"Naasan siya?" Tanong ko sa kanilang dalawa.

"In his room. Almost dying! He needs you save him." Saad ni Ego na puno ng galit ngayon ko lang nakita si Ego ng ganito. Hindi ko siya masisisi dahil sobrang lapit na ito sa kanyang Hari.

"P-Pwede ko bang siyang puntahan?" Pabulong kong tanong sa dalawa.

Nang marating ko na ang pinto ng kwarto niya bago pa man ako makapasok hinawakan nila Mia at Ego ang aking kamay. At sinabing.

"He needs you. But if you're not still rady, just give him a drop of your blood. That will make his body

fine, at least for the mean time." Tumango ako at tuluyan ng pumasok.

Pagkapasok ko sa madilim na kwarto niya at mas malala pa ito sa nakita ko kahapon tuluyan ng nawala ang mga dekorasyon ng kwarto. Ang tangi ko na lamang nakita ay ang mga basag na gamit niya. Nakarinig ako ng isang ungol mula sa sulok nakita ko siya na nakakadena. Natatandaan ko pa ang sinsabi sa nila Ego at Mia na kapag ganito si Blake kagaya kahapon ay naubos na niya ang mga kasambahay upang pawiin ang uhaw na nararamdaman ngunit hindi mangyayaridahil ang dugo ko lamang ang makakagawa noon.

Kitang-kita ko paghihirap niya tulog ito na umuungol sa sakit nanadarama. Hanggang pagtulog ay dala ang paghihirap niya. Lumuhod ako upang makapantay ko siya. Hindi niya alam na nandito ako. Ang mga kamay ko ay kusang umangat upang haplusin ang kanyang pisngi.

Naglandas na ang mga luha sa kanyang pisngi at pinunasan koi to. Nilibot ko ang kanyang silid at tila dinaanan ng delubyo sa kalat at nakita ko ang susi. Nagdadalawang isip ako kung papakawalan ko na ba ng lalaking mahal ko. Pero kita ko na ang hirap niya at hindi ko na makayang tiisin.

Kinuha koi to at pinakwalan si Blake wala na akong pakiaalam sa maaring mangyari. Mahalaga ay himdi na siya magdanas ng hirap sobra ng ang labing-pitong taon na paghihirap niya dahil sa akin. Poumunta ako sa restroom upang kumuha ng pamunas niya at tubig na pwendeng ipanglinis sa kaniya. Bawat dampi ko sa kanyang labi nakikita ko ang ekspresyon niyang nasasaktan kung kaya't dahan-dahan ko itong ginawa.

Hinawi ko ang kurtina na nakaharang sa bintana upang magkaroon ng liwanag kahit kaunti. Iginala ko ang aking mga mata at nakita ko ang mga kupitang dugo na ipinadala ko sa kanya ngunit walang bawas ang kahit alin man dito.

Kinuha ko ang basag na kupita at hiniwa ko ang aking palupulsuhan at itinapat sa kanyang bibig. Sunod-sunod ang pagpatak ng mga ito at unti-unti niya itong nilulunok. At ilang sandal pa ay nakita ko na dumilat ang kanyang mga pulang-pula na mata at mabilis na lumabas ang matutulis na pangil. Singgaban ang aking kamay at bumaon ang mga pangil sa aking balat.

Uhaw na uhaw na aking *'Mahal.'* Hindi niya ito tinigilan bagaman maubos ang aking dugo, hindi ko pinigilan si Blake. Hindi ako naramdam ng takot sa halip at saya hindi malaman kung ano ang dahilan. Alam ko na uhaw pa siya ngunit siya ang bumitaw sa aking kamay at tumigil sa pag-inom. Tumingin siya sa akin ng napaka-amo na tila mo ay sanggol na nauhaw na uhaw.

Since I'm standing I feel that he hugged me and rested on my stomach.

"Gutom ka pa ba?" Tanong ko sa kanya ng walang alinlangan. Ngunit hindi siya sumagot. **"Pede ka pang uminom ng dugo ko. I'm fine with that."** Dugtong ko.

"You're still not legally mine. I still don't own your body. I can't drink too muc even if I want to, because I might drain you again." He said.

Hinaplos ko ang kanyang buhok at sinabing.
"I love you Blake Yves Calmet my King."

Chapter 10

CHLOE'S POV

Ito na ang araw kung kalian ay maggiging – isa na kami ni Blake ang na noon na ayokong dumating ngunit ito na ang araw na hindi ko mahintay. Ilang oras nalang ay kami ni Blake ay magiging – isa at tuluyan na akong magiging bampira.

Kaba ang aking nararamdaman na may halong ligaya. Nandito ngayon sila Ego at Mia katulong ko upang maghanda at mag – ayos sa aking sarili. Napaka ganda nilang dalawa ramdam ko na mas maganda sila kumpara sa akin.

"You're such a beauty Chloe and that's why Young Master are going crazy because of you." Sambit ni Mia sa akin ng nakangiti.

"Tama si Mia, Mahal na Reyna ikaw ang pinaka magandang babaeng nakita namin. You look a goddess." Saad naman ni Ego. At nagtawanan kaming tatlo.

"Salamat sa inyong dalawa dabest talaga kayo!"

Nakita ko ang dalawa at pumunta sa aking likudan upang hawakan ang laylayan ng aking gown. Kumikislap ang aking kasuotan sa bawat pagtama ng ilaw at narinig ko na ang mga trumpeta na mula sa loob. Nasa pituan na ako at nag-aabang na bumukas ang pintuan.

Hindi ko alam paano ko haharapin si Blake ramdam ko paglambot ng aking tuhod. Nakikita ko ang mga bampira na ang gaganda at gwapo na nakamasid sa akin. Ilang sandali pa ay narating ko na aisle at naglalakad kung saan nag-aantay si Blake.

"You're so beautiful, Mi Amore." Alam ko na boses niya ito ngunit hindi man bumukas ang labi niya.

"Just walk. I don't want those boys staring at my wife."

Narinig ko ang isang alingawngaw na mula sa isang bampira at sabay sabing.

"Tonight we will witness the sacred wedding of our King and the destined Queen of this Empire. May the power of love, serenity and fortune be with them." Sambit noong matandang bampira.

Humarap siya sa akin at ramdam ko ang titig niya. Kahit pa ayaw kong harapin siy aay hindi ko magawa. Dalawa lang ang pagpipilian ko ang pilitin ko huwag mapahiya o susunod ako at matatapos nng lahat ng ito. Hindi ko siya tinignan sa mukha sa halip ay sa kamay, sa gilid at kung saan pang parte ng katawan niya maibaling ko lamang ang tingin.

Tulad noong, may isang punyal na ibinigay sa kanya. Hindi siya nag aksaya ng oras at mabilis nahiniwaan ang pulso niya. Nang makaalpas ang dugo sy mabilis na nagpula ang aking mga mata. I was able to show my fangs when I heard him.

"Later, wife. For now, I need to mark you.

Alam kong bumalik sa dati ang kulay ng mga mata ko. Nakatitig siya sa akin habang ay sisnusundan ang kamay niya dumako sa aking palpulsuhan. Pumatak doon ang dugo niya at sa hindi ko malamang dahilan, humugis ang dugo ng isang korona. At parang may sariling buhay bumaon sa aking balat.

Ang aming mga mata ay nagkulay pula ang halik na nasa braso ay unti-unting umakyat sa braso at ang pangil naming at dahan-dahang ibinaon sa leeg ng isa't isa.

About the Author

Dianne Laurice M. Rodis

Dianne Laurice M. Rodis is an ordinary young woman who lives in a simple place in Palili, Samal, Province of Bataan. She was born on March 19, 2002. An active member of Iglesia Ni Cristo (Church of Christ). The second child of her parents. Now she is a Marketing student at Bataan Peninsula State University – Balanga Campus.

www.ingramcontent.com/pod-product-compliance
Lightning Source LLC
LaVergne TN
LVHW041554070526
838199LV00046B/1965